ஐந்தமிழ்

அனைத்து தேசிய
தமிழர் வளர்ச்சிக் கட்சி

ஐந்தமிழ்

அனைத்து தேசிய தமிழர் வளர்ச்சிக் கட்சி

நிறுவனர் மற்றும் ஆசிரியர்

இரா. மோகன்

சு. திருமுருகன்

க. ஜோதிபாசு*

நூல் பொறுப்பாசிரியர்*

வ. எண்	பொருளடக்கம்	பக்க எண்
1	என்னுரை	
	1.1 இரா. மோகன்	5
	1.2 முனைவர் சு. திருமுருகன்	6
	1.3 முனைவர் க. ஜோதிபாசு	7
2	பொருளுரை	
	2.1 கடவுள் வாழ்த்து	8
	2.2 அன்னைத் தமிழ் வாழ்த்து	9
	2.3 தமிழ் நாட்டுப்பண்	10
	2.4 தமிழர் வாழ்வியல் நெறி நல்வாழ்த்து	11
3	3.1 அறிமுகவுரை	12
	3.2 தமிழர் மரபு	13
	அ, மொழி, பண்பாடு, கலாச்சாரம் மற்றும் ஒளிநெறி பாதை.	
	3.3 வழி காட்டு நெறிமுறைகள்	15
4	4.1 கட்சி முத்திரை சின்னம், தமிழ் இனக்கொடி,	25
	4.2 கட்சியின் பெயர் விளக்கம்	29
	4.3 கட்சியின் கொள்கை மற்றும் கொள்கைக் குரல்	31
	4.4 Party ideology in English	35

ஆன்ம நேய ஒருமைப்பாடு
இயற்கை உண்மை
சமரசம்
உலகுயிர் திரளெலாம் ஒளி நெறி பெற்றிட
அனைத்து தேசிய தமிழர் வளர்ச்சிக் கட்சி

நன்றி! வணக்கம்

இரா. மோகன் ஆகிய நான் திருச்சி மாவட்டம் காட்டூரில் இராமசாமி- தனலெட்சுமி தம்பதிகளின் மூத்த புதல்வனாக பிறந்தேன். காட்டூரில் உள்ள புனித சிறுமலர் மெட்ரிக் உயர் நிலை பள்ளியில் பத்தாம் வகுப்பு வரை பயின்றேன். பின்னர் திருச்சி கைலாசபுரம் பெல் மெட்ரிக் உயர் நிலை பள்ளியில் உயர் நிலை படிப்பை நிறைவு செய்தேன். இளங்கலை இயந்திரப் பொறியியல் படிப்பை திருச்சியில் உள்ள திருச்சி பொறியியல் கல்லூரியிலும், முதுகலை பொறியியல் படிப்பை கனடா அல்பெர்டா மாகாணத்தில் உள்ள அல்பெர்டா பல்கலைக்கழகத்திலும் நிறைவு செய்தேன். இயந்திரவியல் பொறியாளரான நான் ஐந்து வருட காலம் சவூதி அரேபியாவிலும், பின்னர் பத்து வருட காலம் கனடாவிலும் வாழ்ந்து வருகிறேன். இளம் வயது முதல் தமிழ் பற்றும் ஆன்மீக நாட்டமும் கொண்ட நிலையில் வேதாத்திரி மஹரிஷியின் மனவளக் கலை மன்றத்தின் மூலம் ஆசிரியர் பயிற்சியை மேற்கொண்டேன். பின்னர் இறைவன் அருளால் வள்ளல் பெருமானின் சன்மார்க்க சங்கத்தால் ஈர்க்கப்பட்டு பல்வேறு குருமார்களை சந்தித்து முறையாக சன்மார்க்க தத்துவங்களை அருளப்பெற்றேன். தமிழ், தமிழர் நலம், தமிழர் கலாச்சாரம் மீது அளவு கடந்த காதல் கொண்ட நான் கனடாவில் தமிழ் ஆசிரியராக குழந்தைகளுக்கு பயிற்சி அளித்து பின்னர் கனடாவில் சன்மார்க்க சங்கத்தை நிறுவும் பாக்கியம் அடியேனுக்கு இறைவனால் அருளப்பட்டது. உலகத்தில் உள்ள அனைத்து உயிர்களிடமும் அன்பு கொண்ட நான் அவைகள், மேம்பட அனைத்து வகைகளிலும் தொண்டாற்றி வருகிறோம்.

இரா. மோகன், எட்மண்டன், அல்பெர்டா, கனடா

முனைவர் சு. திருமுருகன்

விரிவுரையாளர், கணினித்துறை,

முதுகலை விரிவாக்க மையம்,

பாரதிதாசன் பல்கலைக்கழகம்,

பெரம்பலூர் - 621 107.

சு. திருமுருகன் ஆகிய நான், சுவர்ணலிங்கம் - மனோன்மணியம் தம்பதிகளின் புதல்வனாக பிறந்தேன், எனது பள்ளிப் படிப்பை அரசு மற்றும் - அரசு உதவி பெறும் பள்ளிகளில் பயின்றேன்.கணினி அறிவியல் துறையில் இளங்கலை, முதுகலை மற்றும் முனைவர் பட்டம் பெற்று கல்லூரி ஆசிரியருக்கான மாநில தகுதி தேர்வில் வெற்றி பெற்று எனது ஆசிரியர் பணியை தொடங்கினேன். ஆசிரியர் பணியே அறப்பணி அதற்கே உன்னை அர்ப்பணி என்ற வாக்கிற்கிணங்க கடந்த 13 ஆண்டுகளாக அரசு கலைக்கல்லூரி அரியலூர், பாரதிதாசன் பல்கலைக்கழகம் திருச்சிராப்பள்ளியில் பணியாற்றி வருகிறேன். என் சிறு வயது முதலே மொழிப்பற்று, தேசியம், சமூக சிந்தனை மற்றும் இலங்கைத் தமிழர் மீது பற்று கொண்டு பல நற்பணிகளில் பணியாற்றி வருகிறோம்.

க. ஜோதிபாசு ஆகிய நான் அரியலூர் மாவட்டம், அரியலூர் நகரில் பெ. கருப்பையன்-சந்திரா தம்பதிகளின் இரண்டாவது குழந்தையாக பிறந்தேன். விவசாய குடும்பத்தில் பிறந்த நான், ஆரம்ப கல்வியை R.C தூயமேரி நடுநிலைப்பள்ளியிலும், பின்பு அறிவியல் பிரிவில், அரசு மேல்நிலைப் பள்ளியில் பள்ளி படிப்பை தமிழ் வழியில் பயின்றேன்.

பள்ளி படிப்பை முடித்து, இரண்டு இளங்கலை படிப்பை தேர்வு செய்து வைத்திருந்தேன். ஒன்று வேளாண்மை மற்றொன்று நுண்ணுயிரியல். இதில் நுண்ணுயிரியல் படிப்பை தேர்வு செய்து பெரம்பலூரில் அமைந்துள்ள தந்தை ஹேன்ஸ் ரோவர் கல்லூரியில் இளங்கலை நுண்ணுயிரியல் பட்டம் 2004-ல், பாரதிதாசன் பல்கலைக் கழகத்தால் வழங்கப்பட்டது, முதுகலைப் பட்டம் மதுரை காமராஜர் பல்கலைக் கழகத்தில் இருந்து 2006-ல் வழங்கப்பட்டது. பிறகு பாரதியார் பல்கலைக் கழகத்தில் முனைவர் பட்டம் உயிர் தொழில் நுட்பவியல் சார்ந்த நுண்ணுயிரியல் ஆராய்ச்சிக்காக 2016-ல் வழங்கப்பட்டது.

ஆராய்ச்சி மற்றும் மேம்பாட்டு துறையில் என் பணியை தொடங்கி, தமிழ் நாடு வேளாண்மை பல்கலைக் கழகம் மற்றும் அமெரிக்காவில் உள்ள தெற்கு டகோட்டா மாநில பல்கலைக் கழகத்தில் மூன்று ஆண்டுகள் பணியாற்றினேன். பிறகு கௌரவ விரிவுரையாளராக என் ஆசிரியர் பணியை பாரதிதாசன் பல்கலைக் கழகத்தில் தொடங்கி மூன்று ஆண்டுகள் வெவ்வேறு தலைச்சிறந்த கல்லூரிகளில் பணியாற்றி உள்ளேன். குறிப்பிடத்தக்க அளவு புத்தகம் மற்றும் ஆராய்ச்சி கட்டுரைகள் வேளாண்மை சார்ந்த நுண்ணுயிரியல் துறையில் இயற்றி உள்ளேன். குறைகளை இயன்ற அளவு குறைத்துள்ளோம். குறைகள் இருப்பின் பொறுத்தருளுமாறு பணிவுடன் வேண்டிக்கொள்கிறேன்.

இப்படிக்கு, முனைவர் க. ஜோதிபாசு, திருவாரூர்

கடவுள் வாழ்த்து

கல்லார்க்கும் கற்றவர்க்கும் களிப்பருளும் களிப்பே
காணார்க்கும் கண்டவர்க்கும் கண்ணளிக்கும் கண்ணே
வல்லார்க்கும் மாட்டார்க்கும் வரமளிக்கும் வரமே
மதியார்க்கும் மதிப்பவர்க்கும் மதிகொடுக்கும் மதியே
நல்லார்க்கும் பொல்லார்க்கும் நடுநின்ற நடுவே
நார்களுக்கும் சுரர்களுக்கும் நலங்கொடுக்கும் நலமே
எல்லார்க்கும் பொதுவில் நடம் இடுகின்ற சிவமே
என் அரசே யான்புகலும் இசையும் அணிந் தருளே!

திருவருட்பா
வள்ளல் பெருமான்

புரட்சிக்குறள் 3: "தமிழே இறைவன்! இறைவனே தமிழன்!"

அன்னைத் தமிழ் வாழ்த்து

பன்மொழி புலமையை வளர்த்தவளே

எல்லா மொழியையும் தம் உயிர்போல் உணர்ந்தவளே

இருபத்திரண்டு குழந்தைகளுக்கு ஒலி, வரி வடிவும் தந்தவளே

பாரதியின் செப்புமொழி பதினெட்டு உடையவளே

நாணயத்தில் பதினைந்து மொழிகளை கொண்டவளே

சங்கம் மருவிய காலத்தில் பன்னிரெண்டு நீதி நூல்கள் பெற்றவளே

ஆறு மொழிகளை செம்மொழியாக வளர்த்தவளே

திருநாடம் தமிழ்நாட்டில் திருக்குறள் அருளியவளே

உலகுயிர்த் திரளெலாம் ஒளி நெறி பெற்றிட திரு அருட்பா அருளியவளே

எல்லா உயிர்களும் இன்புற்று வாழ

திக்கெட்டும் வளரட்டும் தாய்த்தமிழ்

வளர்க! வளர்க! வளர்க! தாய்த்தமிழ்

வாரீர்! வாரீர்! வாரீர்! வையத்துள் வாழ்வாங்கு வாழலாம்

தாய் தமிழின் வளர்ச்சி

உலகுயிருக்கான வளர்ச்சி

தமிழ் மரபுடன், முனைவர் க. ஜோதிபாசு

புரட்சிக்குறள் 4 :"பிரிவினைவாதம் இல்லாத தமிழ் நாட்டுப்பண் வேண்டும்"

தமிழ் நாட்டுப்பண் ("அனைத்து தேசிய தமிழர் வளர்ச்சிக் கட்சி")

தமிழே! தமிழே ! தமிழே !
அற்புதத் தமிழே அமிழ்தமே
தமிழே ! தமிழே ! தமிழே !
ஆனந்த தமிழே அருளமுதே

ஆணவறியாமை யென்னும் மாயையிருள் அகற்றியவரே
ஆருயிருக்கு அறிவாக கண்மணிக்குள் விளங்குபவரே
உலகுயிர்க்கெல்லாம் அன்பு செய்ய வெந்தாமரைமேல்
ஒளிரும் தூயஒளியே ! தமிழே வாழியவே

எல்லா உயிர்களும் இன்புற்று வாழ
தனிப்பெருங்கருணை யாக திகழ்பவரே
உயிர்களோடு புலம்பெயர்ந்து உலகெங்கும் வாழ்பவரே
உலக மொழிகளின் தந்தையாகத் திகழ்பவரே

ஆட்சித் தமிழே! திருவருள் தமிழே! நிலைபெற நீ வாழியவே!
பயிற்றுத் தமிழே! பேரறிவுத் தமிழே! நிலைபெற நீ வாழியவே!
வழிபாட்டுத் தமிழே! வான் கலந்த தமிழே! நிலைபெற நீ வாழியவே!
வணிகத் தமிழே! ஈகைத் தமிழே! நிலைபெற நீ வாழியவே!
பல்த்துறைத் தமிழே! இன்பத் தமிழே! நிலைபெற நீ வாழியவே!

வளர்க, வளர்க, நீடு வளர்க, ஐந்தமிழாக
வளர்க, வளர்க, நீடு வளர்க, ஐந்தமிழாக
ஐந்தமிழாக செழித்தஎன் தூயஒளியே! நிலைபெற நீ வாழியவே!
ஐந்தமிழாக செழித்தஎன் தூயஒளியே! நிலைபெற நீ வாழியவே!

தமிழர் வாழ்வியல் நெறி நல்வாழ்த்து

1. எந்நெறி பழந்தமிழர் நெறியே!

   அந்நெறி அருளியவர் தொல்காப்பியர்.

2. எந்நெறி சங்கம் மருவிய நெறியே!

   அந்நெறி அருளியவர் வள்ளுவர்.

3. எந்நெறி சங்கத்தமிழர் நெறியே!

   அந்நெறி அருளியவர் ஔவையார்.

4. எந்நெறி திருவருள் நெறியே!

   அந்நெறி அருளியவர் வள்ளல்.

5. எந்நெறி நடையிடும் சிதம்ரப ரகசியமே

   அந்நெறி தமிழர் ஒளிநெறியே.

6. வளர்க! வளர்க! நீடு வளர்க!

   வள்ளல் அருளிய ஒளிநெறி.

7. அதுவே தமிழரின் வளர்ச்சி நெறி

   அந்நெறி! பொதுநெறி! புதுநெறி! புரட்சிநெறி!

இப்படிக்கு, முனைவர் க. ஜோதிபாசு

புரட்சிக்குறள் 5 :"தமிழர் வாழ்வியல் நெறியில் இல்லறம் துறவறம் என அறம் இரண்டன்று, இல்லறம் ஒன்றே அறம்".

அறிமுகவுரை

"**அனைத்து தேசிய தமிழர் வளர்ச்சிக் கட்சி**" என்பது உலகளாவிய சித்தாந்தத்துடன் பொது மக்களால் வடிவமைக்கப்பட்ட ஒரே அரசியல் கட்சி ஆகும். விரைவில் தொடங்கப்பட உள்ள இக்கட்சி பசுமை சூழல், சன்மார்க்க நீதி, வள்ளல் மற்றும் வள்ளுவர் வழி தமிழர் மரபுகளை (மொழி, பண்பாடு மற்றும் கலாச்சாரம்) வளர்க்கும் அரசியல் கட்சி ஆகும்.

குடிமக்களை போற்றி காப்பது தான் தமிழரின் மரபு. அரசர்களையோ, தெய்வங்களையோ தலைவனாகப் பாடாமல் மக்களை போற்றி பாடிய மொழிதான் இறைவன். எழுத்தறிவித்தவன் இறைவன் ("அ") ஆவான். அதுவே கட்சியின் முதல் எழுத்து "அ" அகரம் ஆகியது. இவ்வுலக மக்களும், அவர்கள் பேசும் மொழியுடன் கலந்த இயற்கை சூழல் தான் இறைவன். மேலும், ஒலி வடிவத்திற்கு வரி வடிவம் அருளியவள் நம் இயற்கை தாயான தமிழ்த்தாய். அறிவும் அசைவுமாக நம் சிற்றம்பலத்தில் இருக்கும் ஒளி நெறி ஆண்டவர் தனிப்பெருங்கருணை வடிவான "அருட்பெருஞ்ஜோதி" ஆண்டவர்.

உலக உயிர்களை எல்லாம் தம் உயிர் போல் என்னுவது தான் "**அனைத்து தேசிய தமிழர் வளர்ச்சிக் கட்சி**" அல்லது பொது மக்களால் உருவாக்கப்பட்ட "தமிழக மக்கள் கட்சி" என்பதாகும். பசுமை சூழலுடன் இணைந்த தந்தைத்தமிழ் வளர்ச்சி என்பது தமிழர் வளர்ச்சியுடன் இணைந்த எல்லா மொழி பேசும் உலக உயிர்களின் வளர்ச்சியாகும்.

புரட்சிக்குறள் 6 : "தமிழ் மொழி ஓர் இயற்கை மொழி"

தமிழர் மரபு

மொழி

அனைத்து மொழிகளின் முதல் எழுத்து ‘அ’ அகரத்தை போல ஒலி, வரி வடிவம் உடையன. எவ்வுயிரும் தம் வாயைத் திறந்ததும் வரும் முதல் ஒலி ‘அ’ அகர போன்ற தந்தைத்தமிழின் ஒலிதான். இயற்கை சூழலுடன் இணைந்து சூழலும், யாழ் இசைப்பதால் வரும் ஒலி-ஒளி நாதம் தான் அனைத்துக்குமான ஆதாரம். இதையே, நம் முன்னோர்கள் மழலை தமிழ் சொல் இனியது என்பதை “குழல் இனிது யாழ் இனிது என்பர் தம் மக்கள் மழலை சொல் கேளாதவர்” என்றார்கள்.

அ

இந்த உலகத்தில் உள்ள உயிர்களுக்கான ஆதாரம் சூரியன் (அகரம்) மற்றும் சந்திரன் (உகரம்). இவ்வுலகத்தில், உள்ள எல்லா உயிர்களும் தமிழின் முதல் எழுத்தான ‘அ’ அகர ஒலியை இனிமையாக உச்சரிக்கின்றன அதுபோல், முதல் எழுத்தை வரி வடிவமாக எழுத கற்பிக்கும் போது அழகாக கற்பிக்க வேண்டும். ஆனால், தந்தைத்தமிழின் முதல் எழுத்தான ‘அ’ எப்படி எழுத கற்பிக்க வேண்டும் என்பதை நாம் மறந்து விட்டோம் என்றே தோன்றுகிறது.

உதாரணமாக, ஒரு ஆங்கில ஆசிரியர் அவர் கற்பிக்கும் மொழியின் முதல் எழுத்தை எப்படி அழகாக கற்பிக்கிறார்கள் என்றால். அவர்கள் எழுத கற்பிக்கும் போதே இலக்கணத்தையும், சொற்களையும் சேர்த்தே கற்பிக்கிறார்கள்.

புரட்சிக்குறள் 7 : ஒரு மொழி சிதைந்து அயல் மொழி வளர்கிறது, சிதைவது மொழி மட்டும் அல்ல அதை பேசி வந்த இனமும் தான்.

The letter 'A' consists of Three lines.

There are two standing lines, in between There is a sleeping line.

ஆனால், இனிமை, இல்லாமல் தமிழ் மொழியின் முதல் எழுத்து எப்படி எழுத கற்பிக்கபடுகிறது என்றால் ஒரு முட்டை போட்டு, இப்படி இழுத்து, அப்படி ஒரு கோடு போடு. இதுதான், இன்றைய கற்பிக்கும் சூழ்நிலை. தமிழ் மொழியில் இருந்து உருவான பல மொழிகள் இன்னமும் வட்டழெத்து முறை பழக்கத்தில் உள்ளன. ஆனால், வட்டேழுத்து முறையில் இருந்து வளர்ச்சி பெற்று அறிவின் முழுமையாக இருக்கும் தமிழின் முதல் எழுத்து 'அ' வை எழுத கற்பிக்கும் முறை இதுதானா?

ஓர் எழுத்தே ஒரு வார்த்தையாக பொருள் தருவது தான் தமிழின் சிறப்பாகும்.

அ

: பிரிக்க முடியாத எண் எட்டு (8) போன்ற

: அறிவின் முழுமை, உயிர்களின் முதுகுத்தண்டுவடம்.

: சுழி, மேல் - கீழ் சாய்வு கீற்று, சமவிற்று, மேல் கீழ் கீற்று.

'அ' என்றால் அறிவின் முழுமையுடன் பிரிக்க முடியாத எண் எட்டு வரி வடிவம் மற்றும் மேல் கீழ் கீற்று கொண்ட வடிவம் ஆகும்.

தந்தைத்தமிழ் 'அ' வில் இருக்கின்ற । என்ற வரி எல்லா மொழிகளிலும் இருக்கின்றது. தமிழ், சமஸ்கிருதம், இந்தி, ஆங்கிலம், தெலுங்கு, கன்னடம் மற்றும் மலையாளம். இந்த, । வரிக்கான காரணம் இந்த பிரபஞ்சம் உயிர்ப்புடன் ஒளியின் திசையில் முன்னேறிக்கொன்டே இருப்பதை குறிக்கின்றது.

அ-8, அன்பு, அருள், அம்மா, அப்பா, அருட்பெருஞ்ஜோதி. தொன்மொழி தந்தைத்தமிழின் 'அ' அடைந்த வளர்ச்சிக்கு காரணம் தமிழ்ச் சங்கம். நம் தந்தைத்தமிழுக்கு மட்டும் தான் சங்கம் வைத்து மொழி வளர்த்த மரபு உண்டு. ஏன் முன்னோர்கள் சங்கம் வைத்து தந்தைத்தமிழை வளர்த்தனர்?. இலக்கணம், தவறக்கூடாது, அப்படித் தவறினால் மொழி சிதைவதுடன், அதனை பேசி வந்த இனம் சிதைந்து போகும் என்பதனால். தந்தைத்தமிழின் வளர்ச்சி உலக உயிர்களுக்கான வளர்ச்சி. இதையே

அகர முதல எழுத்தெல்லாம் ஆதி

பகவன் முதற்றே உலகு (குறள்-1)

என்ற குறளுக்கு ஏற்ப எல்லா மொழிகளின் முதல் எழுத்து தந்தைத்தமிழில் உள்ளது போல அகர ஒலியே. அதுபோல், ஒளிநெறி ஆண்டவர் உலகில் உள்ள எவ்வுயிருக்கும் அடிப்படை ஆனவர்.

"யாதும் ஊரே யாவரும் கேளிர்" என்பதற்கினங்க உலக மொழிகள் எல்லாம் நம் மொழி என்று உலக மக்களை நேசிப்பது தான் தமிழர் மரபு.

<u>கட்சிக்கான வழிகாட்டு நெறி முறைகள்</u>

1. தமிழர் வாழ்வியல் நெறியில் இருந்து, மக்களால், மக்களுக்குகாக உருவாக்கப்பட்ட ஒரே அரசியல் கட்சி இதுதான்.

2. கட்சியின் முதல் நோக்கம், தமிழக மக்களை போதை பழக்கத்தில் இருந்து மீட்பது. ஏனென்றால், அறிவார்ந்த சமூகமாக இருந்த இனம் இன்று அறிவற்ற அல்லது முட்டாள் சமூகமாக மாறுவதை தவிர்க்க வேண்டும்.

புரட்சிக்குறள் 8 : "தமிழர் மண் தமிழ் மக்கள்"

3. அடிப்படை உறுப்பினர் முதல் தலைமைப் பண்பு வரை போதை பொருட்கள் உபயோகம் செய்யும் பழக்கம் இல்லாமல் இருப்பது அவசியம்.

4. கட்சி சார்ந்த எந்த நிகழ்ச்சியிலும் புலால் உணவு வழங்கும் நிலையில்லாமல் இருப்பது நன்று.

5. சத்திய தருமச்சாலை தொடங்கப்பட்டு 158 ஆண்டுகள் அணையா ஜோதியாக விளங்குவதுபோல். இன்று, தொடங்கப்பட்ட இந்த கட்சி எல்லா தேர்தல்களிலும் போட்டியிட வேண்டும்.

6. மாநில கட்சியாகவோ அல்லது தேசியக் கட்சியாகவோ அங்கீகாரம் பெரும் வரையில் கூட்டணி இல்லாமல் இருப்பது நன்று.

7. கூட்டணி என்ற பெயரில் பிற கட்சியின் சின்னத்தில் போட்டியிடாமல் நம் கட்சியின் சின்னத்தில் போட்டியிட வேண்டும்.

8. இறைவன் அருளால் தொடங்கப்பட்ட இந்த கட்சி எக்காரணத்திற்காகவும் பிற கட்சிகளுடன் இணையாமல் பிற கட்சிகளை நம்முடன் இணையச் செய்ய வேண்டும்.

9. திரைத்துறை பின்னணி மற்றும் காலாவதியான சித்தாந்தம் கொண்ட கட்சிகளுடன் கூட்டணி தவிர்த்தல் வேண்டும். ஏனென்றால், தமிழகத்தை 57 ஆண்டுகள் ஆட்சி செய்தது கவர்ச்சியும், போதையும் தான்.

புரட்சிக்குறள் 9 : எது நன்மை, எது தீமை என்று பகுத்தறியும் உணர்வு எல்லா மனிதர்களுக்கும் (உயிரினங்களுக்கும்) சொந்தமானது.

10. நம் மக்களுக்கு தனக்கான தலைவரை திரையில் தேடாமல் தரையில் தேட வேண்டும் என்ற எண்ணத்தை கொண்டு செல்ல வேண்டும்.

11. சாதி, மத, சமய வேறுபாடு பேசும் கட்சிகளுடன் கூட்டணி தவிர்த்தல் நன்று.

12. கொள்கையில் 50% ஒத்திருக்கும் கட்சிகளுடன் கூட்டணி பேசுதல் நன்று.

13. அடிப்படை உறுப்பினர் பதவியில் இருந்து தலைமைப்பண்பு வரை எழுத்தாற்றல் திறமையை வளர்த்து கொள்தல் வேண்டும். கவிதை, ஒரு பக்க கட்டுரை முதல், புத்தகம் வரை ஏதேனும் ஒன்றையாவது குறைந்தபட்சம் உருவாக்க வேண்டும்.

14. சட்டசபை தொகுதிக்கு 100 பொதுக்குழு உறுப்பினர் என்ற எண்ணிக்கையில் மொத்தம் 2,340 பொதுக்குழு உறுப்பினர்களை நியமிக்க வேண்டும்.

15. கட்சியின் பெயரில் வங்கி கணக்கு தொடங்கப்பட்டு கட்சி பொது நிதியாக ரூபாய் 5,00,000 பராமரிக்க வேண்டும்.

<u>தகுதி மற்றும் வழிகாட்டு நெறிமுறை</u>

1. உறுப்பினர்

தகுதி : "அறிவே வடிவு எனும் அருட்பெருஞ்ஜோதி" (அகவல் - 286)

1. மனிதர் (அறிவு) நிலையில் இருக்கும் எல்லோரும்.

புரட்சிக்குறள் 10 :"கருப்பும் சிவப்பும் வெகுளிப் பொருள" (தொல்.855)

2. அரிதரிது மானிடர் ஆதல் அரிது

வழிகாட்டு நெறிமுறை

1. எவ்வுயிரும் தம் உயிர் போல் எண்ணுதல் வேண்டும்
2. கீழ் நோக்கி விலங்கினங்களின் அறிவு நிலைக்கு செல்லாமல் இருப்பது நன்று.

2. பொது குழு உறுப்பினர் தகுதி

1. நேர்மறை எண்ணம் சார்ந்த அரசியல்.
2. வெறுப்பு எண்ணம், "எழுத்து, பேச்சு மற்றும் செயலில் இல்லாமல் வேண்டும்".
3. வள்ளல் வள்ளுவர் வழி தமிழர் வாழ்வியல் நெறி வளர்ச்சி பற்றிய பொது அறிவு.
4. கட்சியின் முத்திரை சின்னம், கொடி, பெயர் ஆகியவற்றில் உள்ள கொள்கையை அறிந்து கொள்தல்.

வழிகாட்டு நெறிமுறை

1. உயிர் இரக்கமே கடவுள் வழிபாடு அல்லது மேன்மை வாழ்வின் திறவுகோல் என்ற எண்ணம் வேண்டும்.
2. கட்சி தொடர்பான கூட்டத்தில் பங்கேற்றல்.
3. ஆலோசனை மற்றும் கருத்துக்களை பகிர்தல்.
4. மாவட்ட ஒருங்கிணைப்பாளர் மற்றும் செயலாளருடன் பணி ஆற்றல்.

3. பொதுச்செயலாளர் மற்றும் துணைச் பொதுச்செயலாளர்

தகுதி

1. கட்சியின் அடிப்படை உறுப்பினர் பதவியில் இருந்து வந்திருக்க வேண்டும். கட்சிக்கான அனைத்து கட்டுப்பாடுகளும் பொருந்தும்.
2. அரசியல் கட்சியில் வேட்பாளர் தேர்வு முதல் அனைத்து அரசியல் சார்ந்த பணிகளும்.

பதவிக் காலம்

1. ஐந்தாண்டுகள் மட்டும்
2. பணி சிறப்பாக இருப்பின் ஒரு முறை மட்டும் கால நீட்டிப்பு செய்துகொள்ளலாம்.

புரட்சிக்குறள் 11 : பகுத்தறிவு என்ற பெயரில் அரசியல் கட்சியும், பட்டமும் இருக்க வேண்டிய அவசியமில்லை.

4 பொருளாளர்

தகுதி மற்றும் பதவிக் காலம் : கட்சிக்கான அனைத்து வழிகாட்டுதல் நெறிமுறைகளுடன், பொதுச் செயலாளருக்கான வழிகாட்டு நெறிமுறைகளும் பொருந்தும்.

5 கொள்கை மற்றும் அரசியல் சார்ந்த முடிவெடுக்கும் குழு

1 - நிறுவனர்

2 - தலைவர்

3 - ஒருங்கிணைப்பாளர்

4 - பொதுச் செயலாளர்

5 - பொருளாளர்

6 - தமிழர் வாழ்வியல் நெறிக்குழு (வள்ளுவர்)

7 - தமிழர் ஒளி நெறிக்குழு (வள்ளல்)

6. **நிறுவனர் பணி**

1. எழுத்தாற்றல் மற்றும் பேச்சாற்றலை தொடர்ந்து வளர்க்க வேண்டும்.

2. ஒருவர் மட்டும் பேசும் நிலை இல்லாமல், கட்சியின் மாவட்ட ஒருங்கிணைப்பாளர் ∴ மாநில ஒருங்கிணைப்பாளர் ∴ பொதுச் செயலாளர் மற்றும் தலைவர் ஆகிய நான்கு குழுக்களும் ஒருமித்த கருத்தாற்றலுடன் பொது வெளியில் பேச வேண்டும் என்பதை உறுதி செய்ய வேண்டும்.

3. வருடத்திற்கு ஒரு புத்தகம், கவிதை, கட்டுரை, ஒருபக்க கட்டுரை என குறைந்தபட்சம் ஒன்றையாவது படைக்க வேண்டும்.

4. ஐந்தமிழ் நாளிதழ் பணிகளை வளர்க்க வேண்டும்.

5. கொள்கை மற்றும் அரசியல் சார்ந்த முடிவெடுக்கும் குழு

தேர்வு செய்யும் முறை

1. தலைவர் மற்றும் துணைத் தலைவர்: பதவிக் காலம்: ஐந்து வருடம் மட்டும்

முக்கிய நோக்கம் தமிழ், தமிழர், தமிழக வளர்ச்சி மற்றும் கட்சி வளர்ச்சி

தேர்ந்தெடுக்கும் முறை

பொது குழு உறுப்பினர் வாக்களிப்பில் இருந்து	- 25%
கட்சி உறுப்பினர் வாக்களிப்பு	- 25%
நிறுவனர்	- 25%
பிற தகுதிகள்	- 25%

	100%

பிற தகுதிகள்

கட்சி வளர்ச்சிக்கான உழைப்பு	-	5%
சமூக சேவை	-	5%
எழுத்தாற்றல்	-	5%
பேச்சாற்றல்	-	5%
வாழ்வியல் நெறி	-	5%

		25%

புரட்சிக்குறள் 12 : *"திராவிடர், திராவிட என்பது திணிக்கப்பட்ட பிரிவினை சொல்"*

2. **பொதுச் செயலாளர் மற்றும் துணை பொதுச் செயலாளர்**

தேர்ந்தெடுக்கும் முறை

பொது குழு உறுப்பினர் வாக்களிப்பில்	
இருந்து எடுத்து கொள்ள வேண்டிய விகிதம்	50%
தலைவர் கருத்து	25%
பிற தகுதிகள்	25%

	100%

ஐந்து வருடம் மட்டும், ஒரு பொதுச்செயலாளர் ஒரு முறை மட்டுமே பதவிக்காலம், பணி சிறப்பாக இருப்பின் ஒரு முறை மட்டும் கால நீட்டிப்பு செய்துகொள்ளலாம் அதற்குள், துணை பொதுச்செயலாளர் தன் தகுதியை வளர்த்து கொள்தல் வேண்டும்.

புரட்சிக்குறள் 13 : போதை எதிர்ப்பு, அறிவு புரட்சி, சமூக புரட்சி எங்கும் பரவ வேண்டும்.

3. பொருளாளர் தேர்ந்தெடுக்கும் முறை

பொதுச் செயலாளர்	40%
தலைவர்	20%
பொதுக் குழு உறுப்பினர்	20%
வாக்களிப்பில் இருந்து மொத்தம் எடுத்துக் கொள்ள வேண்டிய விகிதம்	20%
பிற தகுதிகள்	

	100%

புரட்சிக்குறள் 14 : நாமிருக்கும் நாடு நமது என்று அறிய வேண்டும். இங்கு நாம் அடிமைகளாக வாழ்வது அடாது"

4.1 கட்சி முத்திரை சின்னம், தமிழ் இனக்கொடி மற்றும் கட்சியின் பெயர் விளக்கம்

முத்திரை சின்னம் பொருள் விளக்கம்

வெள்ளைத் தாமரை:

1. மனிதனின் மூளை வெளிப்பரப்பு அடர்த்தியான சாம்பல் நிறத்திலும், உள் நிறம் மஞ்சள், வெள்ளை நிறமாக காணப்படுவதை குறிக்கும்.
2. தாமரை இதழ் மனித மூளையின் மடிப்புகள் நிறைந்த பகுதி மற்றும் கோடிக்கணக்கான மயிரிழை உடைய நரம்பிழைகளை குறிக்கிறது.

நடனமாடும் ஒளி: ஒளி நெறி ஆண்டவர்

விண்மீன்: வெளிச்சம் நட்சத்திர திரள்களில் இருந்து.

அஆஇஈ:

1. அறிவின் முழுமை : ஒவ்வொரு உயிரிலும் ஆண்டவர் இருக்கிறார். அவர் அன்பு, கருணை வடிவான அருள் ஜோதி.
2. ஆன்ம நேய ஒருமைப்பாடு : சாதி, மத, சமய, மொழி, இன, நிற வேறுபாடின்றி எல்லா உயிர்களையும் தம் உயிர் போல் சிந்திக்க வேண்டும்.
3. இயற்கை உண்மை : எழுத்தறிவித்தவன் இறைவன் ("அ") ஆவான். மக்கள் பேசும் மொழியுடன் கலந்த இயற்கை சூழல் தான் இறைவன்
4. ஈதல் : பசிப்பிணி நீக்க மறவாது அறம் செய்ய வேண்டும்

உலகுயிர்த் திரளெலாம் ஒளி நெறி பெற்றிட

எல்லா உலக உயிர்களும் தன்னை அறிந்து தன் உள் விளங்கும் ஆண்டவரை உணர வேண்டும். அவர் அன்பு கருணை வடிவானவர்.

விண்மீன் :

- ஆறு எண்ணிக்கையிலான விண்மீன்

- சூரியன் இந்த பிரபஞ்சத்திற்கு ஆதாரமான ஒரு விண்மீன் ஆகும். விண்வெளியில் சூரியனைப் போன்ற விண்மீன்கள் பல உள்ளன. இது போன்று, கோடிக்கணக்கான விண்மீன்கள் சேர்ந்த ஒரு கூட்டத்தின் பெயர் விண்மீன் மண்டலம். நமது சூரியன் இந்த விண்மீன் மண்டலத்தில் தான் அடங்கி உள்ளது. அதன் பெயர் பால்வெளி மண்டலம்.

கட்சிக் கொடி (தமிழ்க் கொடி) பொருள் விளக்கம்

தமிழ்நாட்டிலும், இந்தியாவிலும் மதசார்பின்மை என்ற பெயரில் சமூகநீதி பேசும் சிறு அரசியல் கட்சிகள் எல்லாம் அறிந்து கொள்ள வேண்டிய நீதி "சன்மார்க்க நீதி".

வெள்ளைத் தாமரை :

மனிதனின் மூளை வெளிப்பரப்பு அடர்த்தியான சாம்பல் நிறத்திலும், உள்நிறை மஞ்சள், வெள்ளை நிறமாக காணப்படுவதை குறிக்கும்.

தாமரை இதழ் மனித மூளையின் மடிப்புகள் நிறைந்த பகுதி மற்றும் கோடிக்கணக்கான மயிரிழை உடைய நரம்பிழைகளை குறிக்கிறது.

வெள்ளைத் தாமரை மீது அமர்ந்த நடனமாடும் ஒளி

ஒளி நெறி ஆண்டவர்

நெற்கதிர் : பசிப்பிணி நீக்க இயற்கை விவசாயத்தில் இருந்து நெற்கதிர்.

மேற்பகுதி மஞ்சள் நிறம் :

உலகுயிர் தோற்றம் மற்றும் அர்த்தத்திற்கான நிறம்

முட்டையின் மஞ்சள் பகுதி :

கரு வளர்ச்சிக்கான நிறம். இப்பகுதி மரபணுக்களை (DNA) கொண்டது மரபணுவின் உள்ள (PO^4), பாஸ்போட் என்ற மூலக்கூறினால் எதிர் மின்னேற்றம் பெற்ற பகுதி மற்றும் வெளிப்புற வெள்ளை ஓடு கால்சியம் (K^+) என்ற மூலக்கூறினால் நேர் மின்னேற்றம் பெற்ற பகுதி

மூளையின் மஞ்சள் பகுதி :

மூளை இல்லாத உயிர்களும் இருக்கின்றன, மூளை கொண்ட உயிரினங்களில் மனிதனின் மூளை சிறப்பானது. இதன் வெளிப்பரப்பு அடர்த்தியான சாம்பல் நிறத்திலும், உள்நிறை மஞ்சள், வெள்ளை நிறமாக காணப்படுகிறது. மூளை தன் செய்திகளை மின்சாரம் மூலமாக இயக்குகிறது. இந்த மின்சாரம் மூளை செல் வெளிப்புற உறையில் உள்ள (Na^+) Sodium மற்றும் Potassium (K^+) ion நகர்வில் இருந்து கிடைக்கிறது.

உயிர்களின் எலும்பு மஜ்ஜை:

உயிர்களின் மஞ்சள் எலும்பு மஜ்ஜை பெரும்பாலும் குருத்தனுக்களால் ஆனது. இலை குறுத்தெலும்பு, கொழுப்பு மற்றும் எலும்பு செல்களாக மாறும். இந்த குருத்தனு மரபணுக்களை கொண்டது, இவை எல்லா வகை செல்களாகவும் மாறக்கூடிய தகுதி உடையது.

மஞ்சள் எலும்பு மஜ்ஜையில் உள்ள மரபணு (DNA) எதிர் மின்சாரம் கொண்டது, வெளிபுற எலும்பு (Ca^{2+}) நேர்மின்சாரம் கொண்டது.

<u>கீழ்பகுதி வெண்மை நிறம் :</u>

மரபணுக்களை கொண்ட மஞ்சள் பகுதி உயிர்களின் உருவாக்கத்திற்கான ஆதாரம். அதுபோல், முட்டையின் வெள்ளை பகுதி, மூளையின் வெண்மை பகுதி மற்றும் எலும்பு ஆகியவற்றின் வெண்மை பகுதிகள் வளர்ச்சிக்கு ஆதாரம் ஆனவை.

<u>எளிமைப்படுத்தப்பட்ட கொடி பொருள் விளக்கம்</u>

மஞ்சள் : மரபணுக்கள் நிறைந்த உயிர் உருவாக்கும் பகுதி

வெண்மை : தனிப்பெருங் கருணை, இயற்கை உண்மை, மற்றும் சமாதானம்

வெள்ளைத் தாமரை : மூளை மற்றும் நரம்பணுக்களை குறிப்பது

விளக்கு : நடனமாடும் ஒளி நெறி ஆண்டவர்

நெற்கதிர் : பசிப்பிணி நீங்க செய்யும் உணவு

கட்சியின் பெயர் விளக்கம்

அனைத்து தேசிய தமிழர் வளர்ச்சிக் கட்சி

அனைத்து : கட்சியின் முதல் எழுத்து எல்லா உயிர்களும் தன் வாயை திறந்ததும் ஒலிக்கும் ஓசை 'அ' கரம், இந்த பிரபஞ்சத்தில் ஒளி இயங்கும் வடிவம்

அ : தமிழின் முதல் எழுத்து

: எண் 8

: அருள், அம்மா, அப்பா, அருட்பெருஞ்ஜோதி

: சூரியன்

: முதுகெலும்பை குறிக்கும் மற்றும் இந்த பிரபஞ்சம் உயிர்ப்புடன் ஒளியின் திசையில் முன்னேறிக்கொன்டே இருப்பதையும் குறிக்கின்றது.

தேசிய : தமிழர் வாழ்வியல் நெறி

தமிழ் : தமிழ் என்ற சொல் உயிருள்ள அனைத்து உயிர்களையும் குறிக்கும்

: தமிழ் மொழி பேசும் உயிர்களின் ஆன்மாவானது, அதிசுலபமாக அருளொளி அடையும் ஆற்றல் உடையது என்ற, இயற்கை உண்மை தான் தமிழுக்கான எளிய நடை விளக்கம்.

புரட்சிக்குறள் 17 : மொழிக்குடும்ப ஆய்வும் இனவொடுக்குமுறையும்

வளர்ச்சி : வள்ளல் வள்ளுவர் வழி தமிழர் மரபு வளர்ச்சி

கட்சி :1). மக்களை போற்றிய காப்பியம்.

2). இயற்கை உண்மை தத்துவத்தை நாம் அனைவரும் உணர்ந்து மற்ற அனைத்து ஆன்மாக்களையும் ஒன்றிணைக்கும் தளம்.

புரட்சிக்குறள் 18 : அன்று திராவிடர்களின் திருவிளையாடல்

இன்று திராவிடஆரியர்களின் காவடியாட்டம்.

கட்சியின் கொள்கை மற்றும் கொள்கைக் குரல்

அனைத்து தேசிய தமிழர் வளர்ச்சிக் கட்சி

Founder:
R. Mohan, Dr.S. Thirumurugan and Dr.K. Jothibasu

வள்ளல் வள்ளுவர் வழி தமிழர் மரபு வளர்ச்சி

கொள்கைகள் :

வ. எண்	உள்ளடக்கம்	ஆங்கிலத்தில் விளக்கம்
1	தமிழர் மரபு வளர்ச்சி	Conservatism
2	சூழலியல் ஞானம்	Ecological wisdom
3	பசுமையான மற்றும் சுத்தமான சூழல்	Green Socialism
4	நிலையான வளர்ச்சி	Sustainable growth
5	ஜீவகாருண்யம்	Non-violence
6	சன்மார்க்க நீதி	Sanmarga justice
7	பன்முகத்தன்மைக்கு மரியாதை	Respect for the diversity
8	பங்கேற்பு ஜனநாயகம்	Participatory democracy
9	ஜனநாயக சமதர்மம்	Democratic Socialism
10	சன்மார்க்கம்	Secularism

அனைத்து தேசிய தமிழர் வளர்ச்சிக் கட்சி

முந்துநூல் வழி தமிழ் வளர்ச்சி

(கொள்கைக்குரல்: வாய்மை, வலிமை, வளர்ச்சி)

1. தொல்காப்பியம்

எல்லா உயிர்க்கும் இன்பம் என்பது
தான்அமர்ந்து வரூஉம் மேவற்று ஆகும்.
(தொல். பொருள். பொருளியல். 1168)

2. ஔவையார்

அரியது கேட்கின் வரிவடி வேலோய்

3. திருக்குறள்

வாய்மை எனப்படுவது யாதெனின் யாதொன்றும்
தீமை இலாத சொலல். (குறள் -291)

4. திருவருட்பா

1.“எல்லா உயிர்களும் இன்புற்று வாழ்க”
2.எவ்வுயிரையும் தம்முயிர் போல் கொள்ளல் வேண்டும்.
3. உலகுயிர் திரளெலாம் ஒளி நெறி பெற்றிட வேண்டும்.

அனைத்து தேசிய தமிழர் வளர்ச்சிக் கட்சி

கட்சி நிறம்: மஞ்சள் மற்றும் வெள்ளை

கட்சி முத்திரை சின்னம்

கட்சி கொடி

பாரதியார்

புரட்சி ஜோதி

அனைத்து தேசிய தமிழர் வளர்ச்சிக் கட்சி

கண்ணகி

"Agni - The God-will" "The Jeweled Anklet"

அனைத்து தேசிய தமிழர் வளர்ச்சிக் கட்சி

ஒரு சொல் கேளீர்

➢ உலகளாவிய சித்தாந்தத்துடன் மக்களால் உருவாக்கப்பட்ட ஒரே அரசியல் கட்சி, என்ற பெருமை கொண்ட இக்கட்சி. இந்தியாவில் மதச்சார்பு, போலி மதச்சார்பின்மைக்கு முக்கியத்துவம் கொடுக்காத முதல் அரசியல் கட்சி என்ற சிறப்பையும் பெற்றுள்ளது, ஏனெனில் இக்கட்சி சன்மார்க்க நீதியை அடிப்படையாகக் கொண்டது. அதேபோல், சுதந்திரம் அடைந்து 78 ஆண்டுகளில், தனித்துவமான மஞ்சள் மற்றும் வெள்ளை வண்ணங்களைக் கொண்ட முதல் அரசியல் கட்சி இதுவாகும். மேலும், காலாவதியானவர்களின் முகப் படங்களை பயன்படுத்தாத முதல் அரசியல் கட்சியும் இதுதான் என்ற தனிப்பெருமை கொண்டது. அதேபோல், ஒளிநெறி பாதையில் அருள்ஒளி நிலையை அடைந்த வள்ளலார் மற்றும் வள்ளுவர் ஆகியோரின் கொள்கைகளைப் பின்பற்றும் முதல் அரசியல் கட்சியும் இதுவாகும். மேலும், தமிழ், தமிழர், தமிழர் நாகரிகம், பண்பாடு, பசுமை சமூகவுடைமை, ஜனநாயக சமூகவுடைமை உள்ளிட்ட தமிழர் மரபு பற்றியும் பேசும் ஒரே அரசியல் கட்சி இதுவாகும். இறுதியாக, தமிழ் மொழிக்கான உண்மையான வளர்ச்சித் திட்டத்தின் மூலம் (ஆட்சித் தமிழ், பயிற்றுத் தமிழ், வணிகத் தமிழ், வழிபாட்டுத் தமிழ், பல்துறைத் தமிழ்) ஐந்து உரிமைகளை தருவோம் என்று உறுதிகூறுகிறோம்.

Founder: R.Mohan, Dr.S. Thirumurugan and Dr. K. Jothibasu

ANAITHTHU DESIYA THAMIZHAR VALARCHCHIK KATCHI

Founder:

R. Mohan (MEng), Dr. S. Thirumurugan (CS) and Dr. K. Jothibasu (MB)

Development of Thamizhar (All living Being) by Vallal and Valluvar wisdom.

Ideology

S.No	Description	Description in Tamil
1.	Conservatism	தமிழர் மரபு வளர்ச்சி
2.	Ecological wisdom	சூழலியல் ஞானம்
3.	Green Socialism	பசுமையான மற்றும் சுத்தமான சூழல்
4.	Sustainable growth	நிலையான வளர்ச்சி
5.	Non-violence	ஜீவகாருண்யம்
7.	Sanmarga justice	சன்மார்க்க நீதி
8.	Respect for the diversity	பன்முகத்தன்மைக்கு மரியாதை
9.	Participatory democracy	பங்கேற்பு ஜனநாயகம்
10.	Democratic Socialism	ஜனநாயக சமதர்மம்
1.	Secularism	சன்மார்க்கம்

Tholkappiar

Avvaiyar

ANAITHTHU DESIYA THAMIZHAR VALARCHCHIK KATCHI

Tholkappiar way Development of Thamizh

Voice of Principles: Truth, Strength, Growth

1. **Tholkaappiyam:** The ancient Thamizh grammar text and the oldest extant long work of Thamizh literature.
2. **Avvaiyar:** What's the rarest thing in the world
3. **Thirukkural**

Vaaimai Enappatuvadhu Yaadhenin Yaadhondrum
Theemai Ilaadha Solal (Kural - 291)

What is truthfulness? It is nothing but utterance Wholly devoid of ill.

4. **Thiruvarutpa**
   1. "May all beings live happily"
   2. Every living being should be taken as one's own life.
   3. The Divine is One and he is in the form of Supreme Grace Light. (The whole world must be illuminated with Grace Light)

ANAITHTHU DESIYA THAMIZHAR VALARCHCHIK KATCHI

Colour of the Party: Yellow and White
Yellow is the symbolic of Creation.
White is the symbolic of Light path and wisdom.

Party Logo

Party Flag

ANAITHTHU DESIYA THAMIZHAR VALARCHCHIK KATCHI

- It is the only political party formed by the people with a global ideology. It is also the first political party in India to dismiss the fake secularism as it is secularism based on righteous justice. Similarly, in 78 years of independence, it is the first political party to have distinctive yellow and white colours. It is also the first political party to not use face pictures of outdated people. It is also the first political party to follow the ideals of Vallalar and Valluvar who attained the state of Aruloli on the path of light. It is also the only political party that talks about Thamizh, Thamizh civilization, culture, green socialism and democratic socialism. Finally, through the original development plan for Thamizh language (Administrative Thamizh, instructional Thamizh, Commercial Thamizh, liturgical Thamizh, Multidisciplinary Thamizh) we will give five rights.

அனைத்து தேசிய தமிழர் வளர்ச்சிக் கட்சி

Name of the party

In Thamizh "**அனைத்து தேசிய தமிழர் வளர்ச்சிக் கட்சி**" Thamizh script of English **"ANAITHTHU DESIYA THAMIZHAR VALARCHCHIK KATCHI"**

In English: All National Thamizhar Development Party

All: The first letter of the party.

The letter 'A' is the first sound of all living beings.

A: The first letter of the Thamizh
A denote No. 8 (2): Father, Mother; The sun, The spine and the ever-moving direction of universe.

National: The Thamizh way of life for the entire globe.
Thamizh and Thamizhar: The word Thamizh refers to all living beings.

Development: Development of Thamizhar (all living beings) by ancient wisdom.

Party: The people's party.

Objectives of the party

Our vision is to establish the All-National Thamizh People Development Party (ANTPDP) as a beacon of integrity, progress, and unity, transcending religious, ideological, and political divides. We are dedicated to the holistic development of Thamizh people worldwide, guided by the principles of humanity, honesty, and strength.

Core Values:

1. **Humanity:** We prioritize the well-being and dignity of every individual, irrespective of their background. Our policies are grounded in compassion, respect, and a commitment to human rights.

புரட்சிக்குறள் 19 : திணிக்கப்பட்ட ஒப்பீட்டு மொழி குடும்பம், இனம் அல்ல நமது இனம் தமிழ் இனம்.

2. **Honesty:** Transparency and ethical governance are fundamental to our approach. We uphold the highest standards of integrity in all our actions, ensuring accountability to the people we serve.
3. **Development:** We advocate for comprehensive and sustainable development strategies that uplift Thamizh communities. These include economic empowerment, educational opportunities, healthcare improvements, and infrastructure development.
4. **Strength:** We believe in the strength of unity and resilience. By fostering solidarity among Thamizh people and promoting cultural heritage, we aim to build a solid and cohesive community.

Policy Priorities:

1. **Thamizh Empowerment:** Recognizing the cultural richness and contributions of Thamizh people globally, we will implement policies that promote their socio-economic advancement, preserve their heritage, and ensure their active participation in all spheres of society.
2. **Education and Skill Enhancement:** We prioritize education as a cornerstone of empowerment. Our policies will focus on improving educational infrastructure, enhancing curriculum relevance, and promoting lifelong learning opportunities for Thamizh youth.
3. **Economic Prosperity:** We are committed to fostering economic growth that benefits all Thamizh people. These include supporting small businesses, creating employment opportunities, and promoting investments in sectors contributing to sustainable development.
4. **Social Justice and Inclusivity:** We will strive to eliminate discrimination and promote social justice for all Thamizh people. These include advocating for gender equality, protecting minority rights, and addressing socio-economic disparities within Thamizh communities.

5. **Environmental Stewardship:** Recognizing our responsibility to future generations, we prioritize environmental sustainability in our policies. These include promoting green initiatives, conservation efforts, and policies that mitigate climate change impacts.

Governance Approach:

Our governance approach will be participatory and inclusive, engaging Thamizh communities in decision-making processes and ensuring transparency in government actions. We will collaborate with civil society, academia, and the private sector stakeholders to achieve our shared goals.

Ideology

S. No	Description
1.	Conservatism
2.	Ecological wisdom
3.	Green Socialism
4.	Sustainable growth
5.	Non-violence
7.	Sanmarga justice
8.	Respect for the diversity
9.	Participatory democracy
10.	Democratic Socialism
11.	Secularism

புரட்சிக்குறள் 21: திராவிடம் -ஆரியம் நமது பாரம்பரியம் இல்லை, இல்லவே இல்லை

Voice of Principles: Truth, Strength, Growth

Conclusion:

The All-National Thamizh People Development Party envisions a future where Thamizh people thrive in a society characterized by humanity, honesty, and strength. We aim to build a brighter and more prosperous future for all Thamizh communities worldwide through our unwavering commitment to Thamizh empowerment and inclusive development. We will create opportunities, preserve heritage, and champion the values that unite us in our pursuit of collective progress and well-being. Further, we pledge to give five rights to the Thamizh language through the Actual Development Plan (Administrative Thamizh, Instructional Thamizh, Business Thamizh, Liturgical Thamizh and Multidisciplinary Thamizh).

Membership of the party

Membership of The All National Thamizhar Development Party

1. Eligibility for Membership

- **Citizenship**: Any Indian citizen who identifies with the goals and values of the All National Thamizhar Development Party.
- **Age**: Individuals must be at least 18 to become a member.
- **Commitment**: Members must commit to upholding the party's principles, aims, and objectives.

2. Categories of Membership

- **Ordinary Members**: Individuals who join the party and participate in its activities at the grassroots level.
- **Active Members**: Members who take on additional responsibilities and actively contribute to the party's initiatives and campaigns.
- **Honorary Members**: Distinguished individuals recognized for their contributions to society and the Thamizh community. These members may be invited to join by the party leadership.

3. Membership Process

- **Application**: Prospective members must fill out a membership application form, provide necessary personal details, and agree to abide by the party's rules and regulations.
- **Approval**: Applications are reviewed and approved by the party's membership committee.
- **Membership Fee**: A nominal membership fee may be required to cover administrative costs. The fee structure should be affordable to ensure inclusivity.

4. Rights and Responsibilities of Members

- **Rights**:
    - Voting Rights: Members can vote in party elections and participate in decision-making.
    - Participation: Members can participate in all party activities, events, and campaigns.
    - Representation: Members can stand for election to various party positions and represent the party at local, state, and national levels.
- **Responsibilities**:
    - Adherence: Members must adhere to the party's constitution, rules, and ethical guidelines.
    - Participation: Members are expected to actively participate in party activities and contribute to its growth and success.
    - Promotion: Members should promote the party's values and objectives within their communities.

5. Membership Benefits

- **Training and Development**: Access to training programs and workshops to develop leadership and organizational skills.
- **Networking Opportunities**: Opportunities to connect with like-minded individuals and leaders within the Thamizh community.

- **Support and Resources**: Access to party resources, including legal assistance, political education, and support for personal and community initiatives.

6. Youth and Student Wing

- **Youth Wing**: A dedicated wing for young members to encourage active participation in politics and leadership roles.
- **Student Wing**: A special wing for students to engage in political activities, promote youth issues, and foster future leaders.

7. Women's Wing

- **Empowerment**: A dedicated wing to empower women, promote gender equality, and address issues specific to women in the Thamizh community.

8. Membership Renewal and Termination

- **Renewal**: Membership must be renewed annually, with members required to update their details and pay the renewal fee, if applicable.
- **Termination**: Membership may be terminated if a member violates the party's rules, engages in activities that harm the party's reputation, or fails to renew their membership.

9. Code of Conduct for Members

- **Integrity and Honesty**: Members must act with integrity and honesty in all their dealings.
- **Respect and Tolerance**: Members should respect the diversity within the party and promote tolerance and unity.
- **Non-Violence**: Members must adhere to the principles of non-violence and peaceful resolution of conflicts.

புரட்சிக்குறள் 22: இரண்டு ஆமைகளை புறக்கனிக்க வேண்டிய நேரம் இது திராவிட ஆமை-ஆரிய ஆமை.

10. Grievance Redressal

- **Grievance Committee**: Establish a committee to address and resolve any grievances or disputes arising within the party membership.
- **Fair Hearing**: Ensure a fair and transparent process for addressing member concerns and complaints.

These membership guidelines aim to create an inclusive, active, and engaged membership base that can effectively support the objectives and growth of the All National Thamizhar Development Party.

புரட்சிக்குறள் 23: அறிவின் முழுமை: தமிழ் இனம், தமிழர் (அறிவே)- திராவிடஆரியர்

Organ of the Party

வாய்மை வலிமை வளர்ச்சி

அனைத்து தேசிய தமிழர் வளர்ச்சிக் கட்சி

(உலகுயிர்த் திரளெலாம் ஒளி நெறி பெற்றிட)

நிறுவனர் : இரா. மோகன், முனைவர் சு.திருமுருகன், முனைவர் சு.ஜோதிபாசு

Structure of the Party

Member	Member
⇩	⇩
Both Committee Agent	General Council Member
⇩	⇩
Constituency Secretary	District Coordinator
⇩	⇩
Deputy General Secretary	State Coordinator
⇩	⇩
General Secretary	National and international (Co-or)
⇩	⇩
Treasure	VallalValluvar Committee
	⇩
	Illango (Multilingual) Committee

Vice-President   Founder

President

முகவரி: வள்ளல் வள்ளுவர் குடில், 9பி3, ஒப்பிலாம்மன் கோவில் தெரு, அரியலூர்-621704, தமிழ்நாடு.
கைபேசி எண்: 8508489088, 8344321583 மின்னஞ்சல் முகவரி : adtvk4all@gmail.com

1. This is the only political party formed from the Thamizh way of life by and for the people.
2. The first aim of the party is to save the people of Thamizh Nadu from drug addiction.
3. Because the race which used to be an intelligent society today has to avoid becoming an ignorant or stupid society.
4. It is good not to be in the habit of using drugs from the primary membership to the leadership.
5. It is good to serve grass food at any party-relevant event.
6. It is good to have recognition as a state party or national party to a large extent without an alliance.
7. In the name of alliance, we should contest on our party's symbol instead of contesting on other party's symbol.
8. This party, which was started by the grace of God, should not merge with other parties for any reason and make other parties join us.
9. Alliances with parties that have outdated ideologies should be avoided.
10. Alliance with parties having Cosmetic files should be avoided because it is the only department that has ruled the state for the past 57 years.
11. We must take the idea to our people that they should look for their leader on the ground, not on the screen.
12. Avoiding alliances with parties that speak of caste, creed, and religion is better
13. It is good to talk about alliances with parties that are 50% similar in principle.
14. Writing skills should be developed from the primary membership to leadership. Anything from a poem or a one-page essay to a book should at least make it.
15. A total of 2,340 members will be appointed to the 10 general council members for the assembly constituency.
16. The bank account will be opened in the party's name, and the party should maintain Rs. 5,00,000 as a general fund.

புரட்சிக்குறள் 24: சமூகநீதி பேசி ஊன் உடல் பெற்றோனோ!

சன்மார்க்க நீதி பேசி ஒளி உடல் பெறலாம் வாரீர்!

Eligibility and Guidelines

<u>For Members</u>

Eligibility:

1. Any Indian citizen who identifies with the goals and values of the All National Thamizhar Development Party

Guideline:

1. Every living being should be taken as one's own life.

<u>Members of the General Assembly</u>

Eligibility

1. Positive politics.
2. Hateful thoughts should be avoided in writing, speech and action.
3. General knowledge about the development of the Thamizh way of life through Vallal Valluvar
4. Knowing the policy of the party's logo, flag and name.

Guideline

1. The idea is that the mercy of life is the key to worshipping God.
2. Participation in party-related meetings
3. Sharing of ideas and suggestions
4. Work with the District Coordinator and Secretary
5. All the party regulations and guidelines will apply

<u>General Secretary: Deputy General Secretary</u>

Eligibility

1. Must be from the primary membership of the party
2. All the party regulation and guidelines will apply
3. All the political-related work

Duration: Only one five-year term

1. The one-term extension will be allowed if the work is good

புரட்சிக்குறள் 25: இரண்டு ஆமைகளை புறக்கனிக்க வேண்டிய நேரம் இது திராவிட ஆமை-ஆரிய ஆமை

Treasurer

Qualification and tenure of office: Along with all the guidelines for the party, the general secretary guidelines are also applicable.

Policy and Political Decision-making Committee

1 - The Founder.

2 - The President.

3 - Coordinator

4- Secretary

5 - The Treasurer

6- Thamizhian Ethics Committee (Valluvar)

7 - Thamizh Illumination Committee (Vallal)

The work of the founder

1. To train the party members' writing and speaking skills

2. It should be ensured that not only one person should speak, but all the four committees of the party - district coordinator, state coordinator, general secretary and president - should speak in public with a unanimous concept.

Write at least one book, poem, or essay every year.

4. To develop the magazine

5. Policy and Political Decision-making Committee

Mode of selection President and Joint- President: Duration 5 years

Selection method

S. No	Description	Percentage
1	The general membership vote	25
2	Voter turnout	25
3	Founder	25
4	Other Qualifications	25
5	Total	100

புரட்சிக்குறள் 26: ஐ: ஐயன்; ஐயர்; ஐயன்; ஐயா; ஐயம்மா; ஐயப்பா, எல்லாம் இனிய தமிழ் சொற்கள் தான்.

Other qualifications

S. No	Description	Percentage
1	Work for the development of the party	5
2	Social Security	5
3	Authorship	5
4	The Conversation	5
5	Lifestyle	25

General Secretary and Deputy General Secretary

Selection method

S. No	Description	Percentage
1	The vote of the General Committee Members	50
2	The President opinion	25
3	Other Qualifications	25
4	Total	100

Duration: For five years, a Secretary-General shall serve only one term. which may be extended for a further period of five years if the Secretary service is excellent.

Method of Treasure selection

S. No	Description	Percentage
1	General Secretary	40
2	The president	20
3	General council Member vote percentage	20
4	Other qualifications	20

Duration: For five years, a Treasurer shall serve only one term. Which may be extended for a further period of five years if the Secretary- service is excellent.

Any information that must be listed in this will be updated as per the party's development.

We will adhere to the national integrity.

அனைத்து தேசிய தமிழர் வளர்ச்சிக் கட்சியின் தொலைநோக்கு பார்வை:

அனைத்து தேசிய தமிழர் வளர்ச்சிக் கட்சியை (ADTVK) சமய, கருத்தியல் மற்றும் அரசியல் வேறுபாடுகளைக் கடந்து ஒருமைப்பாடு, முன்னேற்றம் மற்றும் ஒற்றுமையின் கலங்கரை விளக்கமாக நிறுவுவதே நமது நோக்கமாகும். மனிதாபிமானம், நேர்மை, வலிமை ஆகிய கொள்கைகளால் வழிநடத்தப்பட்டு உலகெங்கிலும் உள்ள தமிழ் மக்களின் முழுமையான வளர்ச்சிக்காக நாங்கள் அர்ப்பணித்துள்ளோம்.

முக்கிய மதிப்புகள்:

மனிதநேயம்:

ஒவ்வொரு தனிநபரின் பின்புலத்தைப் பொருட்படுத்தாமல் அவர்களின் நல்வாழ்வு மற்றும் கண்ணியத்திற்கு நாங்கள் முன்னுரிமை அளிக்கிறோம். எங்கள் கொள்கைகள் கருணை, மரியாதை மற்றும் மனித உரிமைகளுக்கான அர்ப்பணிப்பு ஆகியவற்றை அடிப்படையாகக் கொண்டவை.

நேர்மை:

வெளிப்படைத்தன்மை மற்றும் நெறிமுறை நிர்வாகம் ஆகியவை எங்கள் அணுகுமுறைக்கு அடிப்படை. நாங்கள் சேவை செய்யும் மக்களுக்குப் பொறுப்புக்கூறலை உறுதிசெய்து, எங்களின் அனைத்து செயல்களிலும் ஒருமைப்பாட்டின் மிக உயர்ந்த தரத்தை நாங்கள் நிலைநிறுத்துகிறோம்.

வளர்ச்சி:

தமிழ் சமூகங்களை மேம்படுத்தும் விரிவான மற்றும் நிலையான வளர்ச்சி உத்திகளை நாங்கள் பரிந்துரைக்கிறோம். இதில் பொருளாதார வலுவூட்டல், கல்வி, வேலை வாய்ப்புகள், சுகாதார மேம்பாடு மற்றும் உள்கட்டமைப்பு மேம்பாடு ஆகியவை அடங்கும்.

வலிமை:

ஒற்றுமையின் வலிமையை நாங்கள் நம்புகிறோம். தமிழ் மக்களிடையே ஒற்றுமையை வளர்ப்பதன் மூலமும், கலாச்சார பாரம்பரியத்தை மேம்படுத்துவதன் மூலமும், வலுவான மற்றும் ஒருங்கிணைந்த சமூகத்தை உருவாக்குவதை நோக்கமாகக் கொண்டுள்ளோம்.

கொள்கை முன்னுரிமைகள்:

தமிழ் அதிகாரமளித்தல்: உலகளவில் தமிழ் மக்களின் கலாச்சார வளம் மற்றும் பங்களிப்புகளை அங்கீகரித்து, அவர்களின் சமூக-பொருளாதார முன்னேற்றத்தை ஊக்குவிக்கும் கொள்கைகளைச் செயல்படுத்துவோம், அவர்களின் பாரம்பரியத்தை பாதுகாத்து, சமூகத்தின் அனைத்து துறைகளிலும் அவர்களின் தீவிர பங்களிப்பை உறுதி செய்வோம்.

கல்வி மற்றும் திறன் மேம்பாடு: அதிகாரமளிப்பதற்கான அடிப்படைக் கல்லாக நாங்கள் கல்வியை முதன்மைப்படுத்துகிறோம். எங்கள் கொள்கைகள் கல்வி உள்கட்டமைப்பை மேம்படுத்துதல்,

புரட்சிக்குறள் 27: ஐயர் என்றே எல்லோரையும் அழைக்கலாம், ஐயர் என்ற சொல்லை சாதி என்று கற்பித்தவர் பிரிவினைவாதி!

பாடத்திட்ட பொருத்தத்தை மேம்படுத்துதல் மற்றும் தமிழ் இளைஞர்களுக்கு வாழ்நாள் முழுவதும் கற்றல் வாய்ப்புகளை மேம்படுத்துதல் ஆகியவற்றில் கவனம் செலுத்தும்.

பொருளாதார செழுமை:

அனைத்து தமிழ் மக்களுக்கும் நன்மை பயக்கும் பொருளாதார வளர்ச்சியை வளர்ப்பதில் நாங்கள் உறுதியாக உள்ளோம். சிறு வணிகங்களை ஆதரித்தல், வேலை வாய்ப்புகளை உருவாக்குதல் மற்றும் நிலையான வளர்ச்சிக்குப் பங்களிக்கும் துறைகளில் முதலீடுகளை ஊக்குவித்தல் ஆகியவை இதில் அடங்கும்.

சமூக நீதி மற்றும் உள்ளடக்கம்:

அனைத்து தமிழ் மக்களுக்கும் பாகுபாடுகளை அகற்றி சமூக நீதியை மேம்படுத்தப் பாடுபடுவோம். இதில் பாலின சமத்துவம், சிறுபான்மையினரின் உரிமைகளைப் பாதுகாத்தல் மற்றும் தமிழ் சமூகங்களுக்குள் உள்ள சமூக-பொருளாதார ஏற்றத்தாழ்வுகளை நிவர்த்தி செய்தல் ஆகியவை அடங்கும்.

சுற்றுச்சூழல் பொறுப்புணர்வு:

எதிர்கால சந்ததியினருக்கான நமது பொறுப்பை உணர்ந்து, எங்கள் கொள்கைகளில் சுற்றுச்சூழல் நிலைத்தன்மைக்கு முன்னுரிமை அளிப்போம். பசுமை முன்முயற்சிகள், பாதுகாப்பு முயற்சிகள் மற்றும் காலநிலை மாற்றத் தாக்கங்களைத் தணிக்கும் கொள்கைகளை ஊக்குவித்தல் ஆகியவை இதில் அடங்கும்.

புரட்சிக்குறள் 28: உலகிலேயே தன்னைத் தூய்மைப்படுத்திக் கொள்ளும் ஒரே மொழி தமிழ்

நிர்வாக அணுகுமுறை:

எங்களின் ஆளுகை அணுகுமுறை பங்கேற்பு மற்றும் உள்ளடக்கியதாக இருக்கும், முடிவெடுக்கும் செயல்முறைகளில் தமிழ் சமூகங்களை ஈடுபடுத்தும் மற்றும் அரசாங்க நடவடிக்கைகளில் வெளிப்படைத்தன்மையை உறுதி செய்யும். எங்கள் பகிரப்பட்ட இலக்குகளை அடைய சிவில் சமூகம், கல்வியாளர்கள் மற்றும் தனியார் துறையின் பங்குதாரர்களுடன் நாங்கள் ஒத்துழைப்போம்.

தொலைநோக்கு பார்வை முடிவுரை:

மனிதாபிமானம், நேர்மை மற்றும் பலம் கொண்ட சமூகத்தில் தமிழ் மக்கள் செழிக்கும் எதிர்காலத்தை அனைத்து தேசிய தமிழ் மக்கள் வளர்ச்சிக் (அபிவிருத்திக்) கட்சி எண்ணுகிறது. தமிழ் அதிகாரமளித்தல் மற்றும் அனைவரையும் உள்ளடக்கிய மேம்பாட்டிற்கான எங்கள் அசைக்க முடியாத அர்ப்பணிப்பின் மூலம், உலகெங்கிலும் உள்ள அனைத்து தமிழ் சமூகங்களுக்கும் பிரகாசமான மற்றும் வளமான எதிர்காலத்தை உருவாக்குவதை நோக்கமாகக் கொண்டுள்ளோம். ஒன்றாக, நாம் வாய்ப்புகளை உருவாக்குவோம், பாரம்பரியத்தைப் பாதுகாப்போம், கூட்டு முன்னேற்றம் மற்றும் நல்வாழ்வுக்கான நமது முயற்சியில் நம்மை ஒன்றிணைக்கும் மதிப்புகளை வென்றெடுப்போம்.

புரட்சிக்குறள் 29: மொழி குடும்ப ஆய்வை ஒரே இனமாக கற்பித்தவர் முட்டாள், ஒப்பீட்டு மொழியியலானது ஒரு கருத்துக்கோள்தான்.

நிறுவனர் உரை

"அனைத்து தேசிய தமிழர் வளர்ச்சிக் கட்சி" (அ.தே.த.வ.க), என்பது தமிழகத்தில் தொடங்கப்பட உள்ள பசுமை சூழலை ஊக்குவித்து மற்றும் தமிழரின் மரபுகளை (மொழி, பண்பாடு மற்றும் கலாச்சாரம்) வளர்க்கும் அரசியல் கட்சி.

குடிமக்களை போற்றுவது மற்றும் காப்பது தான் தமிழரின் மரபு. அரசர்களையோ, தெய்வங்களையோ தலைவனாகப் பாடாமல் மக்களை போற்றி பாடிய மொழிதான் இறைவன். நம் தமிழ் மொழி தொன்மை, வளமை, இனிமை மற்றும் தாய்மை போன்ற சிறப்புகளைக் கொண்டது. இத்தகைய சிறப்புடைய தமிழ் மொழிக்கு எழுத்தறிவித்தவன் இறைவன் ('அ') ஆவான். தொன்தமிழ் மக்கள் அவர்கள் பேசும் மொழியுடன் கலந்த இயற்கை சூழல் தான் இறைவன். ஒலி வடிவத்திற்கு வரிவடிவம் அருளியவள் இயற்கை தாயான தமிழ்தாய். அறிவும், அசைவுமாக நம் சிற்றம்பலத்தில் இருக்கும் ஒளி நெறி ஆண்டவர் கருணை வடிவானவர்.

உலக உயிர்களை தம் உயிர் போல் என்னுவது தான் **"அனைத்து தேசிய தமிழர் வளர்ச்சிக் கட்சி"** என்பதாகும். பசுமை சூழலில் இணைந்த தந்தைத்தமிழ் வளர்ச்சி என்பது, தமிழர் வளர்ச்சியுடன் இணைந்த எல்லா மொழி பேசும் உலக உயிர்களின் வளர்ச்சியாகும்.

புரட்சிக்குறள் 30: தமிழ் நாட்டின் ஆட்சி மொழியான தமிழுக்கு, உரிமை மற்றும் வாய்ப்பு கொடுக்க வேண்டும்

நான் ஏன் கட்சியில் சேர விரும்பிகிறேன்

இப்போது இந்த கட்சியின் தேவை என்ன?

➨ **<u>ஒரு சொல் கேளீர்</u>**

➨ உலகளாவிய சித்தாந்தத்துடன் மக்களால் உருவாக்கப்பட்ட ஒரே அரசியல் கட்சி, என்ற பெருமை கொண்ட இக்கட்சி. இந்தியாவில் மதச்சார்பு, போலி மதச்சார்பின்மைக்கு முக்கியத்துவம் கொடுக்காத முதல் அரசியல் கட்சி என்ற சிறப்பையும் பெற்றுள்ளது, ஏனெனில் இக்கட்சி சன்மார்க்க நீதியை அடிப்படையாகக் கொண்டது. அதேபோல், சுதந்திரம் அடைந்து 78 ஆண்டுகளில், தனித்துவமான மஞ்சள் மற்றும் வெள்ளை வண்ணங்களைக் கொண்ட முதல் அரசியல் கட்சி இதுவாகும். மேலும், காலாவதியானவர்களின் முகப் படங்களை பயன்படுத்தாத முதல் அரசியல் கட்சியும் இதுதான் என்ற தனிப்பெருமை கொண்டது. அதேபோல், ஒளிநெறி பாதையில் அருள்ஒளி நிலையை அடைந்த வள்ளலார் மற்றும் வள்ளுவர் ஆகியோரின் கொள்கைகளைப் பின்பற்றும் முதல் அரசியல் கட்சியும் இதுவாகும். மேலும், தமிழ், தமிழர், தமிழர் நாகரிகம், பண்பாடு, பசுமை சமூகவுடைமை, ஜனநாயக சமூகவுடைமை உள்ளிட்ட தமிழர் மரபு பற்றியும் பேசும் ஒரே அரசியல் கட்சி இதுவாகும். இறுதியாக, தமிழ் மொழிக்கான உண்மையான வளர்ச்சித் திட்டத்தின் மூலம் (ஆட்சித் தமிழ், பயிற்றுத் தமிழ், வணிகத் தமிழ், வழிபாட்டுத் தமிழ், பல்துறைத் தமிழ்) ஐந்து உரிமைகளை தருவோம் என்று உறுதிகூறுகிறோம்.

புரட்சிக்குறள் 31: அறிவின் முழுமை: தமிழ் இனம், தமிழர் (அறிவே)-திராவிடஆரியர் (மாயை).

ஐந்தமிழ் இதழ்

(வார மற்றும் மாத இதழ்)

ஐ/I:

ஐயன், ஐயர், ஐயா, ஐயம்மா, ஐயப்பா, ஐந்திணை, ஐம்பொன், ஐம்புலன் மற்றும் ஐம்பெரும்காப்பியம். எல்லாம் இனிய தமிழ் சொற்கள் தான், ஐயர் என்ற சொல்லை சாதி என்று கற்பித்தவர் பிரிவினைவாதி! ஐயர் என்றே எல்லோரையும் அழைக்கலாம்.

தமிழ்:

தமிழ் என்ற சொல் உயிரூள்ள அனைத்து உயிர்களையும் குறிக்கும். தமிழ் மொழி பேசும் உயிர்களின் ஆன்மாவானது அதிசுலபமாக அருளொளி அடையும் ஆற்றல் உடையது ஆனால் திராவிடஆரிய பிரிவினையல், சிலம்பு கண்ட முத்தமிழ்ளை முன்னேற்றம் என்று குறி மூளையில் வைத்தார்கள். தமிழ் மொழிக்கான உண்மையான வளர்ச்சி என்றல் அது பண்டைய ஐந்தமிழக, ஐந்து உரிமைகளை (ஆட்சித் தமிழ்,பயிற்றுத் தமிழ், வணிகத் தமிழ்,வழிபாட்டுத் தமிழ், பல்துறைத் தமிழ்) பெற வேண்டும், அதற்கு தமிழர் வளர்ச்சி ஆட்சி கட்சி வேண்டும்.

தொல்காப்பியம்

ஐ ஔ என்னும் ஆயீரெழுத்திற்கு

இகர உகரம் இசை நிறைவாகும். (9)

அகர இகரம் ஐகாரம் ஆகும். (21)

அகர உகரம் ஔகாரம் ஆகும். (22) (ஏழுத்ததிகாரம், மொழி மரபு)

திருக்குறள்

பொறிவாயில் ஐந்தவித்தான் பொய்தீர் ஒழுக்க

நெறிநின்றார் நீடுவாழ் வார் (**குறள் 6)**

என்னைமுன் நில்லன்மின் தெவ்விர் பலரென்னை

முன்நின்று கல்நின் றவர் (**குறள் 771)**

என் ஐ முன் நில்லன்மின்-நீவிர் அதன்கணின்றி நும் உடற் கண் நிற்றல் வேண்டின் என் தலைவனெதிர் போரேற்று நிற்றலை ஒழிமின்.

என்னுடைய ஐயன் முன்னர்ப் பகைவீரரே! நில்லா தொழிமின்; முன்னாள் இவன் முன்னே நின்று, கல்லிலே யெழுத்தப்பட்டு நிற்கின்றார் பலராத லால், ***(என்றவாறு)***. இஃது எளியாரைப் போகச் சொல்லி, எதிர்ப்பாரோடு பொரவேண்டும் மென்றது.

திரு அருட்பா

10. ஐயமுந் திரிபு மறுத்தென துடம்பினுள்
ஐயமு நீக்கிய வருட்பெருஞ் ஜோதி

659. ஐந்தென வெட்டென வாறென நான்கென
முந்துறு மறைமுறை மொழியுமந் திரமே

அருட்பெருஞ்ஜோதி அகவல்

புரட்சிக்குறள் 32: ***ஐயன், ஐயர், ஐயா, ஐயம்மா, ஐயப்பா, ஐந்திணை, ஐம்பொன், ஐம்புலன் மற்றும் ஐம்பெரும்காப்பியம். எல்லாம் இனிய தமிழ் சொற்கள் தான், ஐயர் என்றே எல்லோரையும் அழைக்கலாம்.***

முதலாவது
ஐந்தமிழ் மாநாட்டு அழைப்பிதழ்

திரு / திருமதி

நாளும் பொழுதும் : கார்த்திகை முதல் ஞாயிற்றுக்கிழமை (17.11.2024)

இடம் : திருச்சிராப்பள்ளி மாவட்டம்

வாய்மை வலிமை வளர்ச்சி

அனைத்து தேசிய தமிழர் வளர்ச்சிக் கட்சி

(உலகுயிர்த் திரளெலாம் ஒளி நெறி பெற்றிட)

நிறுவனர் : இரா. மோகன், முனைவர் சு.திருமுருகன், முனைவர் க.ஜோதிபாசு

முதலாவது
ஐந்தமிழ் மாநாட்டு அழைப்பிதழ்

1. **ஆட்சித் தமிழ்** : அனைத்து தேசிய தமிழர் வளர்ச்சிக் கட்சி அறிமுக விழா.
2. **பயிற்றுத் தமிழ்** : ''ஐந்தமிழ்'' நூல் வெளியீடு.
3. **வணிகத் தமிழ்** : ''தமிழமுது வள்ளல் விருது''
4. **வழிபாட்டுத் தமிழ்** : அன்னைத்தமிழ் மற்றும் தந்தைத்தமிழ் வாழ்த்துப் பாடல் வெளியீடு.
5. **பல்துறைத் தமிழ்** : ஐந்தமிழ் அறிஞர் விருது மற்றும் கருத்தரங்கம்.

நாளும் பொழுதும்: கார்த்திகை முதல் ஞாயிற்றுக்கிழமை (17.11.2024)

இடம் : திருச்சிராப்பள்ளி மாவட்டம்

கருத்தரங்க தலைப்பு

தலைப்பு 1 : ''வள்ளலார் கண்ட ஆன்ம நேய ஒருமைப்பாடு''

தலைப்பு 2 : ''எது தமிழ் மொழிக்கான உண்மையான வளர்ச்சித் திட்டம்''

தலைப்பு 3 : ''தமிழ் தேசிய இன வளர்ச்சிக்கான தகுதிகள்''

தலைப்பு 4 : ''தமிழக மூடநம்பிக்கைகள்''

தலைப்பு 5 : தமிழர் – திராவிட ஆரியர்

தலைவர் : முனைவர். **சு. திருமுருகன்**

செயலாளர் : முனைவர். **இரா. செந்தில்குமார்**

பொருளாளர் : **சு. கணேசன்**

அனைத்து தேசிய ஒருங்கிணைப்பாளர் : **இரா.மோகன்**

மாநில ஒருங்கிணைப்பாளர் : முனைவர். **திரு.ஈரோடு கதிர்வேல் ஐயா**

மாவட்ட ஒருங்கிணைப்பாளர்கள் :

ஆ. மார்ட்டின் சுரேஷ் (சிதம்பரம்) , **பா. லட்சுமணன்** (திருச்சி), **செ. பிரகாஷ்** (ஓசூர்),

கொ. ஸ்ரீபிரியா (விருதாச்சலம்)**முதுகலை ஆங்கிலம்**,

சு. அருள்மொழி செல்வி , முதுகலை உளவியல் (அரியலூர்).

முகவரி: வள்ளல் வள்ளுவர் குடில், 9/13, ஒப்பிலாம்மன் கோவில் தெரு, அரியலூர்-621704, தமிழ்நாடு.
கைபேசி எண்: 8508489088, 8344321583 மின்னஞ்சல் முகவரி : adtvk4all@gmail.com

வாய்மை வலிமை வளர்ச்சி

அனைத்து தேசிய தமிழர் வளர்ச்சிக் கட்சி

(உலகுயிர்த் திரளெலாம் ஒளி நெறி பெற்றிட)

நிறுவனர் : இரா. மோகன், முனைவர் சு.திருமுருகன், முனைவர் க.ஜோதிபாசு

முதலாவது: ஐந்தமிழ் மாநாட்டு அழைப்பிதழ்

12/10/2024 மாலை

நிகழ்ச்சி நிரல்

4.00	**மொழி வாழ்த்து**
4.10	**வரவேற்புரை**
4.30	**"ஐந்தமிழ்"** நூல் வெளியீடு மற்றும் நூல் ஆசிரியர் உரை
5.00	தமிழமுது வள்ளல் விருது வழங்கல் மற்றும் உரை
	கருத்தரங்க உரை ஒன்று
5.30	கட்சி முத்திரை, சின்னம், கொடி மற்றும் கொள்கை விளக்கம்
6.00	**கருத்தரங்க உரை இரண்டு மற்றும் மூன்று**
6.30	நான் ஏன் கட்சியில் சேர விரும்புகிறேன்?
	இப்போது இந்த கட்சியின் தேவை என்ன?
7.00	**கருத்தரங்க உரை நான்கு மற்றும் ஐந்து**
	ஐந்தமிழ் அறிஞர் விருது வழங்கல்
7.30	விருந்து உபசரிப்பு

பேச்சாளர்கள் மற்றும் இடம் தொடர்பான தகவல்கள் விரைவில் பகிர்ந்துகொள்ளப்படும்

நன்கொடை வழங்க / दान करने के लिए / To Donate:

Bank : Bank of India, Name; Jothibasu K,

Account Number: 822610110006460, IFSC: BKID0008065

முகவரி: வள்ளல் வள்ளுவர் குடில், 9பி3, ஒப்பிலாம்மன் கோவில் தெரு, அரியலூர்-621704, தமிழ்நாடு.
கைபேசி எண்: 8508489088, 8344321583 மின்னஞ்சல் முகவரி : adtvk4all@gmail.com

தமிழமுது (முதல் காணொளி உள்ளடக்கம்)

தொல்காப்பியம்! நமக்கு கிடைத்த முதல் இலக்கண நூல் தொல்காப்பியம். இதை, நாம் இலக்கண நூல் என்று மட்டும் கருதாமல், காப்பியமாக கருதி அதில் உள்ள அருள் ஒளியை உணர வேண்டும்.

பொருளதிகாரத்தில்

"எல்லா உயிருக்கும் இன்பம் என்பது" என்ன என்று தொல்காப்பியர் அருளியுள்ளார்.

இதை, வள்ளல்பெருமான்

"எல்லா உயிர்களும் இன்புற்று வாழ்க" என்று திருவருட்பாவில் அருளியுள்ளார்.

இதையே! ஔவையார் அரியது எது என்று கூறுகையில்

"தானமும் தவமும் தான்செய்வ ராயின்
வானவர் நாடு வழிதிறந் திடுமே"
என்று அருளியுள்ளார்.

இதையே, ஒரு இன்ப பேச்சாளர், தென்கச்சி. கோ. சுவாமிநாதன் மக்களுக்கு ஏற்ற எளிய நடையில் எப்படி கூறுகிறார் என்றால்.

"எல்லாருக்கும் இன்பம் தரக்கூடிய பொருள்" எது என்று கண்டறிய

யாரெல்லாம், அனைவருக்கும் இன்பம் தரக்கூடிய பொருளை கொண்டு வருகிறார்களோ ! அவர்களுக்கு 1,000 பொற்காசுகள் அன்பளிப்பு என்று கூறுகிறார். அதுபோலவே கொண்டு வந்த பல்வேறு பொருட்களில் இருந்து நான்கு பொருட்களை தேர்வு செய்கிறார்.

முதல் பொருள் : குயில் பாடுவது போன்ற பொம்மை.

இது, காதுகேளாதவற்க்கு இன்பம் தராது என்று கூறி நிராகரித்து விடுகிறார்.

இரண்டாவது பொருள் : மயில் நடனம்

இது கண்பார்வை இல்லாதவர்க்கு இன்பம் தராது என்று கூறி நிராகரித்து விடுகிறார்.

மூன்றாவது பொருள் : இனிப்பு

இது நோயாளிக்கு இன்பம் தராது என்று கூறி நிராகரித்து விடுகிறார்.

நான்காவது பொருள் : உணவு அளிப்பது போன்ற மண்பான பொம்மை.

இது தான், எல்லோருக்கும் இன்பம் தரக்கூடிய அன்பு வடிவான பொருள் என்று கூறி அந்த பொருளுக்கு 1,000 பொற்காசுகள் பரிசளிப்பதாக அவருடைய கதை முடிகிறது.

இதில் ஐந்தாவதாக ஒரு பொருள் சேர்த்து அதுவும் பரிசுக்கான தகுதியுள்ள பொருள் என்று "அனைத்து தேசிய தமிழர் வளர்ச்சிக் கட்சி" சார்பாக முடிக்கிறோம். அந்த ஐந்தாவது பொருள் என்ன என்றால் **தமிழமுது**.

தமிழ் பேசி அன்னதானத்துடன் சேர்த்து ஞானதானத்தையும் அளிக்கும் மண்பான பொம்மை.இதுவும் சரியான பதில் என்று கூறுகிறோம், ஏன் என்றால்,

“தமிழுக்கு அமுதென்று பேர் - அந்தத்
தமிழ் இன்பத் தமிழ்எங்கள் உயிருக்கு நேர்”

என்று பாரதிதாசன் குறிப்பிடுகிறார்.

To Contact

Email: adtvk4all@gmail.com

Dr. Thirumurugan, Founder & President _80566 92096.

Dr. K. Jothibasu, Founder & State Co-ordinator_82486 74620.

R. Mohan, MEng, Founder & International Co-ordinator_88707 95735.

Dr. R. Senthilkumar, Secretary_82480 10800.

S. Ganesan, Treasurer_97904 80333.

The official website and all the social media will be open soon.

(WhatsApp, WhatsApp channel, Facebook, Telegram, App for new member registration etc..)

முடிவுரை

வள்ளல் வள்ளுவர் வழி தமிழர் மரபு வளர்ச்சி பற்றி எளிமையாக கூற வேண்டும் என்றால், தமிழ் மொழி பேசும் உயிர்களின் ஆன்மாவானது அதிசுலபமாக அருளொளி அடையும் ஆற்றல் உடையது என்று கூறி, திராவிட - ஆரிய பிரிவினைக்கு முடிவுரை கூறி, சன்மார்க்க நீதிக்கு அறிமுகவுரை எழுதி நிறைவு செய்கிறேன்.

- தமிழர் (அறிவே)-திராவிடஆரியர்
- யாருக்கு உங்கள் வாக்கு?

நன்றி! வணக்கம்

"தமிழ் வீரனே, விழி, ஏழு, நட! உண் நாட்டை உனதாக்கு".

www.ingramcontent.com/pod-product-compliance
Lightning Source LLC
LaVergne TN
LVHW070943160826
845679LV00022B/1892

9798896100287